SÁCH NẤU HOÀN CHỈNH CHO TRẺ EM VÀ TRẺ TẬP ĐI

100 công thức chế biến thức ăn nhuyễn, thức ăn dặm và bữa ăn cho trẻ mới biết đi lành mạnh và dễ dàng nhất cho gia đình hạnh phúc

Hoa Bảo

Đã đăng ký Bản quyền.

từ chối trách nhiệm

Thông tin trong Sách điện tử này nhằm mục đích phục vụ như một bộ sưu tập toàn diện các chiến lược mà tác giả của Sách điện tử này đã thực hiện nghiên cứu. Tóm tắt, chiến lược, mẹo và thủ thuật chỉ là đề xuất của tác giả và việc đọc Sách điện tử này sẽ không đảm bảo rằng kết quả của một người sẽ phản ánh chính xác kết quả của tác giả. Tác giả của Sách điện tử đã thực hiện tất cả các nỗ lực hợp lý để cung cấp thông tin hiện tại và chính xác cho người đọc Sách điện tử. Tác giả và các cộng sự của nó sẽ không chịu trách nhiệm pháp lý cho bất kỳ lỗi hoặc thiếu sót không chủ ý nào có thể được tìm thấy. Tài liệu trong Sách điện tử có thể bao gồm thông tin của bên thứ ba. Tài liệu của bên thứ ba bao gồm các ý kiến được thể hiện bởi chủ sở hữu của họ. Do đó, tác giả của Sách điện tử không chịu trách nhiệm hoặc trách nhiệm pháp lý đối với bất kỳ tài liệu hoặc ý kiến của bên thứ ba nào. Cho dù là do sự phát triển của internet hay do những thay đổi không lường trước được trong chính sách của công ty và hướng dẫn gửi biên tập, những gì được coi là sự thật tại thời điểm viết bài này có thể trở nên lỗi thời hoặc không thể áp dụng được sau này.

Sách điện tử có bản quyền © 202 2 với mọi quyền được bảo lưu. Việc phân phối lại, sao chép hoặc tạo tác phẩm phái sinh từ toàn bộ hoặc một phần Sách điện tử này là bất hợp pháp. Không có phần nào của báo cáo này có thể được sao chép hoặc truyền lại dưới bất kỳ hình thức nào mà không có sự cho phép bằng văn bản và có chữ ký của tác giả.

MỤC LỤC

MỤC LỤC 3

GIỚI THIỆU 8

HẠT 9

    1. Gạo Ngũ Cốc 10

    2. Ngũ cốc yến mạch 12

    3. Ngũ cốc lúa mạch 15

    4. Cháo Hoa Quả 17

    5. Cơm chuối 19

    6. Cơm mặn ngon 21

    7. Cháo cho bé 23

    8. Muesli bạch dương 25

TRÁI CÂY 27

    9. Mơ xay nhuyễn 28

    10. Sốt táo trái cây 30

    11. Bột chuối bơ 33

    12. Xoài Viên 35

    13. Sinh tố đào 37

    14. Quả táo và quả dâu đen đánh lừa 39

    15. Mận và cherry compote 41

    16. Bánh thịt nhân trái cây 43

RAU 45

    17. Rau thập cẩm 46

    18. Bữa Tối Chay 48

19. Bí đao trộn 51

20. Khoai lang mọng 53

21. Súp lơ nghiền 55

22. Mì bí ngòi 57

23. Cà chua và khoai tây với oregano 59

24. Kem rau củ 61

25. Cơm Ý chuối 63

26. Món risotto bí đỏ phô mai 65

27. Món súp rau củ bé 67

28. Món garu Hungary 69

29. Súp lơ phô mai 71

30. Cà rốt, súp lơ trắng, cải bó xôi và sốt nhuyễn phô mai 73

31. Phô mai và rau củ 75

32. Salad khoai tây bơ 77

33. Táo couscous 79

34. Pasta butternut hình 81

35. Salad trái cây mùa đông 83

36. Mì ống sốt cà chua phô mai 85

37. Pasta đậu nành, bí xanh và cà chua 87

38. Pate bí đỏ 89

39. Cơm bắp risotto 91

40. Sữa chua và mì ống phô mai 93

41. Mỳ ống bí đỏ 95

THỊT/CÁ 97

42. Cơ bản bò xay 98

43. Cơ bản gà xay 100

44. Cá xay nhuyễn cơ bản	102
45. Trứng ốp la baby	104
46. Kem gà soong	106
47. Bữa tối cá	108
48. Bữa tối với gan	110
49. Bữa ăn gà và chuối đơn giản	112
50. Thịt cừu với lúa mạch trân châu	114
51. Gà mai	116
52. Gà hầm mặn	118
53. Cá ngừ nhúng	120
54. Xay gà và lê	122
55. Cơm gà bí đỏ	124
56. Gà hầm lê	126
57. Bò hầm cà rốt nhuyễn	128
58. Gà nướng rau củ hầm	130
59. Burger gà tây và mơ	132
60. Món couscous gà ngon	134
61. Thịt viên trẻ em sốt	136

SÚP ... 138

62. Súp gà	139
63. Súp thịt bò rau củ	141
64. Súp bí đỏ	144
65. Súp bí đao Butternut	146
66. Canh trứng cút	148
67. Súp măng tây	150
68. Baby borscht (súp củ dền)	152

69. SÚP KHOAI LANG TÁO 154

70. SÚP RAU CỦ ĐẬU XANH 156

71. MINESTRONE ĐƠN GIẢN 158

PURÉE 160

72. RAU BINA VÀ KHOAI TÂY NGHIỀN 161

73. BÍ XANH VÀ KHOAI TÂY NGHIỀN 163

74. PUREE CÀ RỐT VÀ KHOAI TÂY 165

75. PUREE CÀ RỐT VÀ CỦ CẢI VÀNG 167

76. BỘT LÊ VÀ KHOAI LANG 169

77. PUREE CHUỐI ĐÀO 171

78. PUREE KHOAI LANG VÀ BƠ 173

79. CÀ TÍM NGHIỀN 175

80. NƯỚC ÉP DƯA CHUỘT VÀ THẢO MỘC 177

81. CÀ RỐT VÀ TÁO NGHIỀN 179

82. PUREE CÀ RỐT MƠ 181

83. NƯỚC ÉP RAU CỦ 183

84. BỘT NHUYỄN DƯA ĐỎ XOÀI 185

85. XAY CÀ RỐT XOÀI 187

86. PUREE KHOAI LANG THỤY ĐIỂN 189

87. BỘT KHOAI LANG, BÓ XÔI VÀ ĐẬU XANH 191

88. PUREE CÁ TRẮNG SỐT 193

89. PUREE CHUỐI VÀ BƠ 195

90. XAY XOÀI VÀ VIỆT QUẤT 197

91. KHOAI LANG NGHIỀN 199

92. KEM BÍ ĐỎ BƠ 201

93. SÚP LƠ VÀ KHOAI LANG NGHIỀN 203

94. Bột khoai tây và gà tây còn sót lại 205

95. Cá tuyết và gạo xay nhuyễn 207

96. Bột đậu lăng đỏ 209

97. Đậu xanh nghiền bạc hà 211

98. Khoai lang trắng nghiền 213

99. Bí và lê nghiền 215

100. 'Popeye' nguyên chất 217

Kết luận 219

GIỚI THIỆU

Đó là bước đầu tiên thú vị khi con nhỏ của bạn bắt đầu tiến tới việc tham gia vào thế giới ẩm thực cao cấp và hương vị lạ. Một ngày nào đó, niềm vui của bạn sẽ được thưởng thức pizza với bạn bè sau giờ học, chân cua và món canapé tại nhà hàng yêu thích của họ, và rượu vang hảo hạng với một người quan trọng khác. Nhưng trước tiên, họ phải chinh phục những kiến thức cơ bản về Thức ăn trẻ em — và bạn cũng vậy!

Chuyển con bạn từ chế độ ăn lỏng gồm sữa mẹ hoặc sữa bột sang dần dần chế độ ăn đặc hơn không phải lúc nào cũng đơn giản như người ta tưởng. Nhiều bà mẹ thấy việc cho bé ăn là một trong những nhiệm vụ khó khăn và nặng nề hơn trong năm đầu tiên. Tuy nhiên, với hướng dẫn dễ thực hiện này trong tầm tay, bạn có thể dạy bé ăn một cách tự tin và khéo léo. Với những kiến thức phù hợp trong tay, bạn sẽ giảm thiểu những cơn đau đầu và đảm bảo rằng con bạn phát triển các kỹ năng ăn uống một cách nhanh chóng, hiệu quả và thú vị nhất có thể.

HẠT

1. ngũ cốc gạo

Thành phần
- ¼ chén bột gạo
- 1 ly nước

Hướng
a) Đun sôi nước.
b) Trong khi khuấy, thêm bột gạo.
c) Đun nhỏ lửa trong khoảng 10 phút, khuấy liên tục.

2. bột yến mạch ngũ cốc

Thành phần

- $\frac{1}{4}$ chén yến mạch xay nhỏ
- $\frac{3}{4}$ cốc đến 1 cốc nước

Hướng

a) Đun sôi nước.
b) Trong khi khuấy, thêm yến mạch xay.
c) Đun nhỏ lửa trong 1520 phút, khuấy thường xuyên.
d) Mẹo: Mặc dù yến mạch cắt nhỏ mất nhiều thời gian hơn để nấu nhưng chúng giữ được nhiều chất dinh dưỡng hơn so với yến mạch ăn liền hoặc nấu nhanh.

3. ngũ cốc lúa mạch

Thành phần
- ¼ chén lúa mạch xay
- 1 ly nước

Hướng
a) Mang nước đi nấu sôi.
b) Trong khi khuấy, thêm lúa mạch.
c) Đun nhỏ lửa trong 10 phút, khuấy liên tục.

4. Cháo trái cây

Thành phần
- $\frac{1}{2}$ chén gạo ngũ cốc
- $\frac{1}{2}$ chén nước sốt táo
- $\frac{1}{4}$ cốc nước ép nho trắng

Hướng
a) Trong chảo nước sốt vừa, kết hợp cháo gạo và nước nho trắng
b) Đun nóng từ từ, khuấy liên tục; không cho phép đun sôi
c) Khuấy táo

5. Bát cơm chuối

Thành phần
- ½ chén gạo ngũ cốc
- 1 quả chuối chín

Hướng
a) Nghiền chuối bằng nĩa
b) Nghiền ngũ cốc vào chuối
c) Trộn đều cho đến khi đạt được độ sánh mịn

6. Cơm mặn ngon

Khẩu phần: 6-8

Thành phần
- 40g hành tây, xắt nhỏ
- 100g gạo basmati
- 450ml nước sôi
- 140g bí đỏ
- 50g phô mai cứng như cheddar hoặc Monterey Jack
- 23 quả cà chua xắt nhỏ
- dầu thực vật để nấu ăn

Hướng

a) Chiên hành tây trong một ít dầu cho đến khi mềm. Khuấy gạo basmati và đổ nước sôi vào. Đậy nắp và đun nhỏ lửa trong 8 phút.

b) Trộn bí, đậy nắp và nấu thêm khoảng 12 phút ở nhiệt độ thấp, khuấy cho đến khi nước được hấp thụ. Khi nấu, hãy xào cà chua xắt nhỏ trong 2 phút, cho phô mai vào khuấy đều, sau đó dùng nĩa trộn đều hai hỗn hợp trước khi dùng.

7. Cháo cho bé

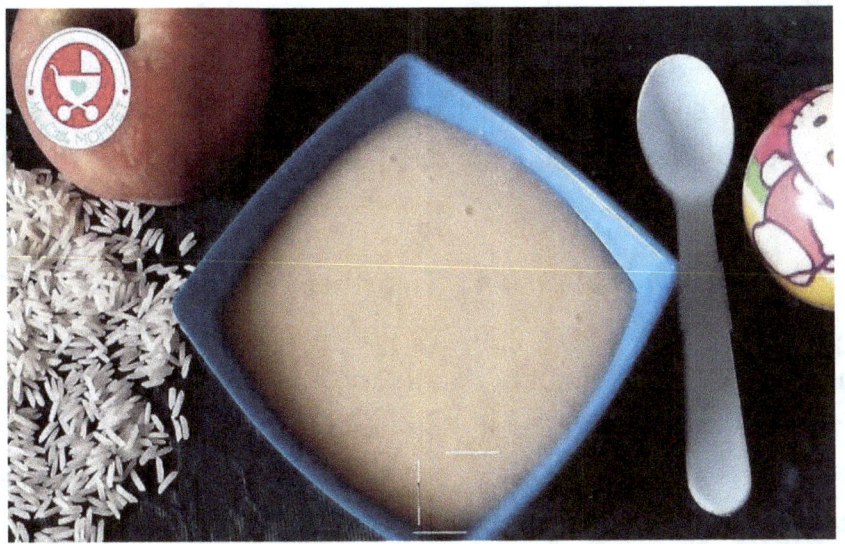

Khẩu phần: 2-3

Thành phần
- 1 quả táo, gọt vỏ và bỏ lõi
- 1 quả chuối, bóc vỏ
- 6 muỗng canh sữa em bé hoặc sữa bò
- 1 muỗng canh yến mạch cán mỏng

Hướng

a) Cắt táo và chuối thành 4 miếng. Tiếp theo, cho táo vào nồi với một ít nước sôi và chần trong 5 phút cho táo mềm. Để ráo nước và để nguội. Sau khi nguội, cho táo và chuối vào cốc thủy tinh và xay nhuyễn thành hỗn hợp mịn bằng máy xay cầm tay.

b) Trong khi đó, cho sữa và yến mạch vào chảo và đun nóng nhẹ cho đến khi sôi và đặc lại. Để nguội rồi dùng máy xay cầm tay trộn đều táo và chuối.

8. Bircher muesli

Khẩu phần: 3-4

Thành phần
- 2 muỗng canh yến mạch
- 3 muỗng canh sữa bò béo
- 3 muỗng canh nước
- 1 muỗng canh sữa chua
- 100g trái cây khô
- 1 quả lê nhỏ

Hướng

a) Trộn đều tất cả các nguyên liệu, trừ quả lê, đậy nắp và để trong tủ lạnh qua đêm. Trước khi phục vụ, xay quả lê và khuấy vào hỗn hợp yến mạch.

b) Phục vụ lạnh vào mùa hè, hoặc hâm nóng nhẹ cho bữa sáng mùa đông ấm áp.

TRÁI CÂY

9. mơ xay nhuyễn

Thành phần
- 1 chén quả mơ xắt nhỏ
- 1 cốc nước táo, nước nho trắng hoặc nước lọc

Hướng
a) Trong một cái chảo vừa và nhỏ, đun sôi trái cây và chất lỏng.
b) Đun nhỏ lửa trong 810 phút
c) Lọc hỗn hợp vào máy xay sinh tố; tiết kiệm chất lỏng còn sót lại.
d) Dùng máy xay để xay nhuyễn hỗn hợp. Thêm chất lỏng còn lại cho đến khi bạn đạt được độ đặc mong muốn.

10. Sốt táo trái cây tổng hợp

Thành phần
- 1 chén táo gọt vỏ
- ½ chén trái cây bạn chọn
- 1 ½ cốc nước

Hướng
a) Thêm trái cây và nước vào một cái chảo vừa.
b) Đun đến khi quả chín mềm.
c) Xả, tiết kiệm chất lỏng còn sót lại.
d) Nghiền hỗn hợp trái cây bằng nĩa hoặc dụng cụ nghiền khoai tây.
e) Cho hỗn hợp vào máy xay sinh tố hoặc máy xay thực phẩm và xay nhuyễn.
f) Thêm chất lỏng còn sót lại cho đến khi bạn đạt được độ đặc mong muốn.

11. Bột chuối bơ

Thành phần

- 1 quả chuối chín
- 1 quả bơ chín

Hướng

a) Lột vỏ chuối và thêm vào một cái bát.
b) Gọt vỏ bơ, loại bỏ hạt và cắt thành khối. Thêm vào bát.
c) Nghiền chuối và bơ cùng với một cái nĩa cho đến khi đạt được độ đặc mong muốn.

12. xoài khối

Thành phần
- 1 quả xoài chín

Hướng
a) Gọt vỏ xoài và bỏ hạt
b) Cắt hoa quả thành miếng vừa ăn
c) Đông cứng

13. sinh tố đào

Thành phần
- 1 quả đào chín
- 2 muỗng canh sữa mẹ hoặc sữa công thức

Hướng
a) Hấp đào cho đến khi mềm
b) Loại bỏ da và hố
c) Khi nguội, xay nhuyễn trái cây trong máy xay sinh tố hoặc máy chế biến thực phẩm
d) Thêm sữa mẹ hoặc sữa công thức cho đến khi đạt được độ đặc mong muốn

14. Quả táo và quả dâu đen

Khẩu phần: 3-4

Thành phần
- Một quả táo (khoảng 100g), gọt vỏ, bỏ lõi và cắt nhỏ
- 50g dâu đen
- 150g sữa chua béo

Hướng

a) Nấu táo xắt nhỏ cùng với quả mâm xôi đã rửa sạch trong 5 phút. Xay nhuyễn với một ít nước bằng bộ xử lý cầm tay của bạn.

b) Để nguội và trộn với sữa chua trước khi ăn.

15. Prune và cherry compote

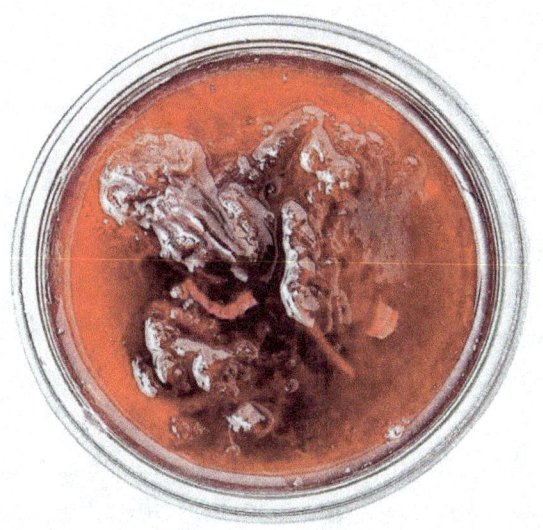

Các phần: 1 đến 2 muỗng cà phê

Thành phần
- 250ml nước
- 60g quả mơ khô, xắt nhỏ
- 25g đường nâu nhạt
- 1/2 muỗng cà phê vỏ chanh xắt nhỏ
- một nhúm bột quế
- 60g mận khô, giảm một nửa
- 30g anh đào khô
- $\frac{1}{2}$ muỗng cà phê tinh chất vani

Hướng

a) Trong một cái chảo lớn, có đáy nặng, đun nóng nước rồi cho quả mơ, đường nâu, vỏ chanh và quế vào đun sôi trên lửa lớn. Giảm nhiệt và đun nhỏ lửa, không đậy nắp trong 5 phút. Đổ hỗn hợp vào tô lớn; cho mận khô, anh đào khô và vani vào khuấy đều. Pha trộn với bộ xử lý cầm tay và phục vụ ở nhiệt
b) độ phòng.

16. bánh thịt trái cây

Làm cho khoảng. 300g

Thành phần
- 150g thịt bò bằm,
- 50g hành tây, cắt làm tư
- 30g sultan
- 1 quả táo gọt vỏ, bỏ lõi và thái hạt lựu
- 1 muỗng canh nước ép cà chua
- 2 muỗng canh nước dùng bò tự làm (hoặc loại không thêm muối)
- 100g khoai tây nghiền, nấu chín
- 150ml nước sôi

Hướng
a) Làm nóng lò ở 180°C. Trộn đều thịt bò, hành tây, sultan và táo trong đĩa chịu nhiệt. Sử dụng bộ xử lý cầm tay, trộn bột cà chua với nước dùng và thêm vào hỗn hợp thịt bò.

b) Đậy nắp và nấu trong 30 phút. Cho khoai tây nghiền lên trên hỗn hợp thịt.

RAU

17. **Rau thập cẩm**

Thành phần
- ½ chén cà rốt thái lát
- ½ chén rau mùi tây xắt nhỏ, bóc vỏ
- ½ chén đậu Hà Lan đông lạnh

Hướng
a) Hấp cà rốt, đậu Hà Lan và rau mùi tây cho đến khi mềm
b) Làm khô hạn
c) Xay nhuyễn trong máy xay sinh tố hoặc máy xay thực phẩm, thêm nước cho đến khi đạt được độ đặc mong muốn

18. Ăn tối

Thành phần

- ½ chén đậu xanh đông lạnh
- 1 củ khoai tây gọt vỏ, thái khối
- ½ chén bí xanh
- ¼ chén cà rốt xắt nhỏ

Hướng

a) Thêm tất cả các loại rau vào một cái chảo vừa; phủ nước cao hơn ½ inch so với bề mặt của rau.
b) Đun sôi cho đến khi mềm
c) Nghiền bằng nĩa hoặc xay nhuyễn trong máy xay sinh tố hoặc máy chế biến thực phẩm

19. hỗn hợp bí đao

Thành phần
- ½ chén bí xanh xắt nhỏ
- ½ chén bí mùa hè xắt nhỏ
- ½ chén khoai lang gọt vỏ, xắt nhỏ
- 1 muỗng canh hành tây xắt nhỏ

Hướng

a) Đặt rau vào một cái chảo vừa; phủ nước cao hơn ½ inch so với rau

b) Đun nhỏ lửa cho đến khi mềm

c) Nghiền hoặc xay nhuyễn cho đến khi hỗn hợp đạt được độ đặc mong muốn

20. khoai lang mọng

Thành phần
- 1 củ khoai lang, gọt vỏ và cắt khối
- ½ chén quả hỗn hợp đông lạnh, rã đông

Hướng
a) Hấp các viên khoai lang cho đến khi mềm
b) Xả nước, thêm vào bộ xử lý thực phẩm hoặc máy xay sinh tố
c) Thêm quả mọng rã đông
d) Puree để thống nhất mong muốn

21. súp lơ nghiền

Thành phần
- 1 chén súp lơ xắt nhỏ
- 1 chén đậu Hà Lan đông lạnh
- 1 chén thịt bí đỏ nướng

Hướng
a) Hấp đậu Hà Lan đông lạnh và súp lơ xắt nhỏ cho đến khi mềm
b) Cho đậu Hà Lan, súp lơ và bí vào máy xay thực phẩm hoặc máy xay sinh tố
c) Puree để thống nhất mong muốn

22. mì bí ngòi

Khẩu phần: 2-3

Thành phần
- 50g mì sợi nhỏ nấu chín
- 1 quả zucchini vừa, thái lát
- 1 muỗng cà phê hẹ
- dầu thực vật hoặc dầu ô liu
- 25g phô mai nạo

Hướng

a) Hấp bí xanh trong khoảng 3 phút (cho đến khi mềm). Thêm một ít dầu và trộn thành hỗn hợp đặc sệt bằng máy xay cầm tay, sau đó cho hẹ vào khuấy đều.

b) Đổ zucchini lên mì ống ấm. Thêm một ít phô mai bào nếu thích.

23. Cà chua và khoai tây với oregano

Khẩu phần: 6

Thành phần
- 125g khoai tây, gọt vỏ và xắt nhỏ
- 100g súp lơ bông nhỏ
- 30g bơ
- 200g cà chua đóng hộp
- một nhúm oregano
- 35g phô mai Gloucester đôi bào nhỏ

Hướng

a) Cho khoai tây vào nồi nước sôi, giảm nhiệt và đun nhỏ lửa trong 7 phút, sau đó thêm bông súp lơ và đun nhỏ lửa cho đến khi tất cả các loại rau đều mềm. Để ráo nước, sau đó thêm cà chua và các thành phần khác.

b) Pha trộn để có kết cấu nhất quán bằng bộ xử lý cầm tay của bạn.

24. rau kem

Khẩu phần: 2-3

Thành phần
- 1 củ cà rốt nhỏ gọt vỏ và thái nhỏ
- 1 quả zucchini nhỏ xắt nhỏ
- 2 bông cải xanh
- 2 muỗng canh sữa đầy đủ chất béo
- 1 muỗng canh cơm trẻ em

Hướng
a) Hấp rau cho đến khi chúng vừa mềm, sẽ mất 6 phút. Trong khi đó, đun nóng sữa và cho bé ăn cơm theo hướng dẫn của nhà sản xuất. Xả rau và để nguội một chút.

b) Bây giờ, cho rau vào cốc có mỏ, sau đó thêm gạo non và xay nhuyễn bằng máy xay cầm tay của bạn để có được hỗn hợp sánh mịn.

25. Cơm Ý chuối

Khẩu phần: 10

Thành phần
- 225g gạo risotto
- 50g bơ thực vật
- 50g hành tây, cắt làm tư và băm nhỏ
- 30g bột mì
- 550ml sữa
- 30g phô mai parmesan
- 450g chuối không quá chín

Hướng

a) Đun gạo trong nước sôi cho đến khi mềm (khoảng 15 phút). Trong khi đó, băm nhỏ hành tây và chiên nhẹ nhàng cho đến khi mềm trong một ít bơ thực vật. Khuấy hành tây nấu chín vào cơm.

b) Trong một cái chảo riêng, làm tan chảy bơ thực vật còn lại và khuấy trong bột mì. Từ từ thêm sữa, khuấy liên tục.

c) Đun sôi và đun nhỏ lửa trong 1 phút. Thêm phô mai và khuấy cho đến khi tan chảy. Gọt vỏ và cắt lát chuối và trộn với hỗn hợp gạo.

d) Trộn nhanh tất cả các thành phần với nhau bằng bộ xử lý cầm tay của bạn.

26. Cơm Ý bí đỏ phô mai

Khẩu phần: 3-4

Thành phần
- 2 muỗng canh dầu ô liu
- 50g cơm risotto
- 100ml nước nóng hoặc nước rau củ không ướp muối
- 80g bí xanh, cắt miếng nhỏ
- 20g phô mai cứng thái nhỏ

Hướng

a) Cho gạo vào dầu trong chảo và khuấy đều để phủ các hạt. Đậy gạo bằng nước nóng, khuấy và đun nhỏ lửa trong 12 phút, thêm nước/nước dùng nếu cần. Tiếp theo cho bí xanh vào khuấy đều.

b) Nấu thêm 5 phút nữa. Khi cơm rất mềm, thêm phô mai và khuấy đều. Nghiền bằng bộ xử lý cầm tay của bạn.

27. rau củ bé

Khẩu phần: 4

Thành phần
- 1 muỗng cà phê dầu ô liu
- 40g hành tây, cắt làm tư và thái nhỏ
- 40g bí xanh , thái hạt lựu
- 1 quả ớt đỏ nhỏ, bỏ hạt và thái hạt lựu
- 4 quả cà chua, bỏ vỏ và hạt (hoặc nửa hộp cà chua xắt nhỏ)

Hướng

a) Đun nóng dầu trong chảo và xào hành tây cho đến khi mềm, sau đó thêm các loại rau khác. Khuấy một lần rồi đậy nắp và giảm nhiệt.

b) Cho phép nấu cho đến khi rau mềm. Để nguội một chút rồi xay nhuyễn trong chảo bằng bộ xử lý cầm tay của bạn. Ăn với khoai tây nghiền.

28. món garu Hungary cho bé

Khẩu phần: 3-4

Thành phần
1. 50g thịt bò bằm
2. 68 cái nấm, xắt nhỏ
3. 150ml fromage thường sợ hãi
4. 1 muỗng canh sốt cà chua

Hướng
a) Nâu thịt bò băm nhỏ trong chảo lớn và đổ hết mỡ thừa. Trộn tất cả các thành phần khác trong cùng một chảo, vừa khuấy vừa khuấy.
b) Đun nhỏ lửa trong 15 phút rồi để nguội. Nghiền nhuyễn trong chảo bằng bộ xử lý cầm tay của bạn.
c) Ăn kèm với khoai tây nghiền dày.

29. pho mát súp lơ

Khẩu phần: 3-4

Thành phần
- 200g súp lơ trắng, rửa sạch
- 20g bơ
- 2 muỗng cà phê bột mì
- 200ml sữa
- 40g phô mai cứng vừa như cheddar, gruyere hoặc gouda

Hướng

a) Chia súp lơ thành những bông hoa nhỏ và hấp trong 10-12 phút. Trong khi đó, làm nước sốt bằng cách đun chảy bơ trong chảo nhỏ, khuấy bột mì để tạo thành hỗn hợp sánh mịn, thêm sữa và khuấy cho đến khi đặc lại. Lấy chảo ra khỏi bếp và cho phô mai bào vào khuấy đều.

b) Thêm súp lơ và bột nhuyễn vào chảo bằng bộ xử lý cầm tay của bạn.

30. Cà rốt, súp lơ trắng, cải bó xôi và sốt nhuyễn phô mai

Khẩu phần: 2-3

Thành phần
- 1 củ cà rốt lớn, gọt vỏ và cắt thành khối lớn
- 50g súp lơ trắng (thái nhỏ)
- 1/3 hộp cà chua xắt nhỏ
- 30g phô mai cứng bào như parmesan
- 50g lá mồng tơi non

Hướng

a) Hấp cà rốt và súp lơ cho đến khi mềm. Đặt sang một bên để làm mát một chút. Trong khi đó, đun nóng cà chua đóng hộp trong một chảo khác và khi đã đun nóng hoàn toàn, cho phô mai vào khuấy đều.

b) Khi phô mai đã tan chảy, thêm rau bina và nấu, khuấy cho đến khi héo.

31. Phô mai và súp rau củ

Số phần: 68 | Làm cho khoảng. 450g | Thời gian nấu: 20 phút

Thành phần
- 250g khoai tây, gọt vỏ và xắt hạt lựu nhỏ
- 50g khoai lang, gọt vỏ và cắt nhỏ
- 25g bơ lạt
- ½ tỏi tây nhỏ, thái nhỏ
- 1 muỗng canh bột mì
- 100ml sữa
- 50g phô mai nạo

Hướng

a) Đậy khoai tây và khoai lang bằng nước sôi trong chảo và đun nhỏ lửa cho đến khi mềm (khoảng 10 giờ 15 phút). Lấy một nửa củ khoai tây ra và để sang một bên, sau đó xay nhuyễn số khoai tây còn lại và nước nấu trong chảo bằng bộ xử lý cầm tay của bạn.
b) Đun chảy bơ trong chảo và xào tỏi tây cho đến khi mềm.
c) Khuấy bột, sau đó thêm sữa từ từ, khuấy đều. Khuấy rau xay nhuyễn, xúc xắc khoai tây nấu chín và phô mai vào nước sốt
d) và phục vụ khi đủ nguội để ăn.

32. Salad khoai tây và bơ

Khẩu phần: 5-6

Thành phần
- 1 củ khoai tây lớn, gọt vỏ và cắt thành khối nhỏ
- 1 quả bơ, gọt vỏ và loại bỏ đá
- 1 muỗng canh sữa chua Hy Lạp

Hướng
a) Luộc khoai tây cho đến khi mềm (khoảng 10 – 15 phút). Xay bơ bằng máy xay cầm tay và khuấy sữa chua. Cho khoai tây đã nấu chín vào bơ và sữa chua khi còn ấm.

b) Phục vụ ấm hoặc làm lạnh và phục vụ nguội.

33. couscous táo

Khẩu phần: 4

Thành phần
- 100g couscous ngâm nước táo ấm 5 phút
- 2 muỗng canh sữa chua tự nhiên
- 50g táo nấu chín

Hướng

a) Trộn tất cả các nguyên liệu với nhau trong cốc thủy tinh và xay trong 5 - 10 giây bằng máy xay cầm tay của bạn.

34. hình dạng mì ống butternut

Khẩu phần: 4

Thành phần
- 100g mì sợi nhỏ
- 100g bí đỏ nấu chín
- nước ép táo không đường

Hướng
a) Nấu mì ống trong 10 - 15 phút. Trong khi nấu mì ống, trộn bí với một ít nước ép táo để tạo nước sốt.
b) Nước sốt ấm và đổ lên mì ống nấu chín để phục vụ.

35. Salad trái cây mùa đông

Khẩu phần: 8

Thành phần
- 500g trái cây sấy khô (mận, lê, mơ, sung)
- 600ml nước
- 2 giọt tinh chất vani
- 1 muỗng canh nước cốt chanh tươi
- Sữa chua, để phục vụ

Hướng

a) Đặt trái cây và nước vào một cái chảo lớn. Thêm tinh chất vani. Đun sôi sau đó khuấy đều, giảm nhiệt và đun trong 10 phút cho đến khi xi-rô. Lấy chảo ra khỏi bếp, sau đó, khi hơi nguội, đổ trái cây và chất lỏng vào một cái bát và vắt vào một ít nước cốt chanh. Nghiền nhuyễn nhẹ nhàng bằng bộ xử lý cầm tay của bạn. Có thể được phục vụ ấm hoặc ướp lạnh, với
b) một ít sữa chua bên trên.
c) Các thành viên khác trong gia đình sẽ thích món salad trái cây ấm áp mùa đông này. Bạn có thể muốn làm ngọt một chút với một ít mật ong hoặc đường nâu và bỏ qua giai đoạn xay nhuyễn.

36. Pasta sốt cà chua phô mai

Khẩu phần: 2

Thành phần
- 1 muỗng cà phê dầu ô liu
- 50g hành tây, cắt làm tư và mịn
- 80g cà rốt, gọt vỏ, cắt miếng vừa ăn
- 1 lá nguyệt quế
- 150g cà chua xắt nhỏ
- 2 muỗng cà phê phô mai cheddar hoặc Parmesan
- 1 muỗng canh mì ống nhỏ hình dạng

Hướng

a) Đun nóng dầu trong chảo nhỏ. Xào nhẹ hành tây và cà rốt cho đến khi mềm, sau đó để một nửa hỗn hợp sang một bên. Phần còn lại, thêm lá nguyệt quế và cà chua xắt nhỏ.

b) Đậy nắp và đun nhỏ lửa trong 10 phút, thỉnh thoảng khuấy. Tắt bếp, thêm phô mai và khuấy đều. Nấu và để ráo mì ống.

c) Lấy lá nguyệt quế ra khỏi nước sốt, sau đó xay nhuyễn bằng máy xay cầm tay. Thêm mì ống đã ráo nước và các loại rau mà bạn đã để riêng trước đó, trộn đều và dùng.

37. đậu nành, bí xanh và cà chua

Khẩu phần: 3

Thành phần
- 1 muỗng cà phê dầu thực vật
- 40g hành tây, bổ đôi và thái nhỏ
- 40g bí xanh cắt miếng
- 50g đậu nành xay
- 200g cà chua xắt nhỏ đóng hộp
- 1 muỗng canh nước ép táo tươi không đường
- lá húng quế tươi, xắt nhỏ
- 35g mỳ khô

Hướng
a) Cho dầu thực vật vào chảo trên lửa vừa phải, thêm hành tây và nấu cho đến khi mềm. Thêm bí và nấu cho đến khi mềm. Khuấy thị t băm đậu nành và tiếp tục nấu cho đến khi đường ống nóng và chín đều. Thêm cà chua và để nhỏ lửa trong 5 phút. Thêm nước ép táo và húng quế tươi và nấu thêm 5 phút cho đến khi nước sốt đặc lại.
b) Trong khi đó, nấu mì ống. Khi nước sốt đã sẵn sàng, để yên cho đến khi nguội một chút, sau đó dùng máy xay cầm tay trộn vào chảo để tạo thành nước sốt cà chua mị n.
c) Thêm mì ống đã nấu chín và trộn đều để dễ tiêu hóa.

38. bí đỏ pate

Khẩu phần: 4

Thành phần
- 2 bí vừa, cắt thành khối
- 75g kem phô mai
- Một nhúm ớt bột nhỏ
- Một nhúm nhỏ thì là tươi

Hướng

a) Hấp bí cho đến khi mềm (6 - 8 phút), sau đó xay nhuyễn chúng trong cốc bằng máy xay cầm tay và để nguội.

b) Trộn pho mát kem, thêm các loại thảo mộc, sau đó phục vụ. Phục vụ với miếng bánh mì nướng.

39. cơm risotto ngô ngọt

Khẩu phần: 4

Thành phần
- 1 củ hành vừa, xắt nhỏ
- số ít ngô ngọt đông lạnh
- 125g gạo
- 50g phô mai Parmesan xắt nhỏ, sau đó bào mịn
- 500ml nước dùng rau hoặc gà không muối
- 1 muỗng canh dầu thực vật

Hướng
a) Làm mềm hành tây trong dầu, thêm cơm và đun nóng trong 2 phút, cho đến khi cơm được phủ đều trong dầu.
b) Đổ từ từ nước kho vào trong 15 phút đồng thời khuấy thường xuyên cho đến khi gạo trở nên mềm và dính. Sau 7 phút, thêm ngô ngọt.
c) Khi gạo và ngô đã chín đều, cho phô mai Parmesan vào và đảo đều.

40. Sữa chua và mì ống phô mai

Khẩu phần: 4

Thành phần
- 120g mỳ chính
- 100ml sữa chua nguyên chất
- 100g phô mai
- 60g hành lá, xắt nhỏ
- 1/2 tép tỏi, băm nhỏ
- 2 muỗng cà phê oregano tươi, xắt nhỏ
- 1 muỗng canh bơ

Hướng

a) Nấu mì theo hướng dẫn của nhà sản xuất, sau đó để ráo nước và để sang một bên.

b) Tiếp theo, trộn các nguyên liệu khác trừ bơ và bột nhuyễn bằng máy xay cầm tay. Đun nóng nhẹ hỗn hợp, sau đó cho bơ vào mì, trộn mì với hỗn hợp sữa chua và dùng .

41. Pasta với bí xanh

Khẩu phần: 6

Thành phần
- một nắm hạt thông
- 250g tortellini nhồi bông
- 50g bơ
- 160g bí xanh cắt miếng
- 1 tép tỏi, băm nhỏ
- vắt chanh
- 23 lá húng quế

Hướng

a) Nướng nhẹ hạt thông trong chảo khô trên lửa nhỏ cho đến khi có màu nâu nhạt – coi chừng, chúng rất dễ cháy! Sau đó nghiền mịn hạt thông bằng chày và cối.

b) Nấu tortellini theo hướng dẫn của nhà sản xuất, sau đó để ráo nước. Xào bí xanh và tỏi trong bơ khoảng 2 phút cho mềm vừa đủ cho bé ăn, sau đó vắt thêm chanh. Thêm tortellini đã nấu chín và trộn đều.

THỊT CÁ

42. Thịt bò xay nhuyễn cơ bản

Thành phần
- 1 chén thị t bò nấu chín
- $\frac{1}{2}$ cốc nước

Hướng
a) Cho thị t bò vào máy xay thực phẩm hoặc máy xay sinh tố và xay nhuyễn
b) Tiếp tục xay nhuyễn cho đến khi đạt được độ đặc mong muốn

43. Gà xay nhuyễn cơ bản

Thành phần
- 1 chén ức gà nấu chín
- $\frac{1}{2}$ chén nước dùng gà ít natri

Hướng
a) Cho thịt bò vào máy xay thực phẩm hoặc máy xay sinh tố và xay nhuyễn

b) Tiếp tục xay nhuyễn, thêm nước dùng cho đến khi đạt được độ đặc mong muốn

44. Puree cá cơ bản

Thành phần
- 1 chén cá trắng không xương nấu chín
- $\frac{1}{4}$ cốc nước

Hướng
a) Cho cá vào máy xay thực phẩm hoặc máy xay sinh tố
b) Nghiền nhuyễn cho đến khi đạt được độ đặc mong muốn, thêm nước khi cần thiết

45. Trứng ốp lết

Thành phần
- 1 lòng đỏ trứng
- ¼ cốc sữa
- ¼ chén phô mai cheddar bào nhỏ
- ¼ chén cà rốt xay nhuyễn

Hướng
a) Kết hợp các thành phần trong một cái bát
b) Khuấy đều
c) Thêm vào chảo
d) Tranh giành cho đến khi không còn chảy nước

46. gà soong kem

Thành phần

- 1 ức gà băm nhỏ
- 1 củ khoai tây gọt vỏ và xắt nhỏ
- $\frac{1}{2}$ chén cà rốt xắt nhỏ
- $\frac{1}{2}$ chén bí mùa hè xắt nhỏ
- $\frac{1}{2}$ cốc sữa chua

Hướng

a) Kết hợp thịt gà, rau và gia vị trong nồi
b) phủ một lớp nước và cho vào tô.
c) Giảm nhiệt, đậy nắp và đun nhỏ lửa trong 30-45 phút hoặc cho đến khi thịt gà chín hoàn toàn và rau củ mềm
d) để nguội
e) Cho thịt gà và rau vào máy xay thực phẩm hoặc máy xay sinh tố và xay nhuyễn đến độ đặc mong muốn, thêm chất lỏng còn lại nếu cần
f) Thêm sữa chua, tiếp tục xay nhuyễn đến độ đặc mong muốn

47. bữa tối cá

Khẩu phần: 2

Thành phần
- 25g cá trắng nấu chín (phi lê)
- 1 muỗng canh cà rốt nấu chín
- 1 muỗng canh khoai tây luộc
- 1 muỗng canh sữa
- núm bơ nhỏ

Hướng

a) Xúc xắc cà rốt và khoai tây và thêm vào chảo nước sôi. Phủ lên và đun sôi. Sau 7 phút, chần cá trong một ít sữa hoặc nước cho đến khi chín hẳn.

b) Lấy tất cả nguyên liệu ra khỏi bếp, để ráo nước và để nguội. Thêm tất cả nguyên liệu vào chảo và xay nhuyễn bằng máy xay cầm tay.

48. bữa tối gan

Khẩu phần: 4-5

Thành phần
- 25g gan cừu
- 1 muỗng canh cải bó xôi hoặc bắp cải nấu chín
- 1 muỗng canh khoai tây luộc
- 3 muỗng canh nước dùng

Hướng

a) chiên với một ít dầu trong khoảng 10 phút hoặc cho đến khi chín hẳn. Trong khi đó, đặt khoai tây vào chảo nước sôi và nấu trong khoảng 7 phút. Thêm bắp cải và nấu thêm 6 phút nữa.

b) Để ráo rau, sau đó cho tất cả các nguyên liệu vào tô và trộn cho đến khi mịn bằng máy xay cầm tay, thêm nước thịt hoặc nước dùng để làm mềm hỗn hợp theo yêu cầu.

49. Bữa ăn gà và chuối dễ dàng

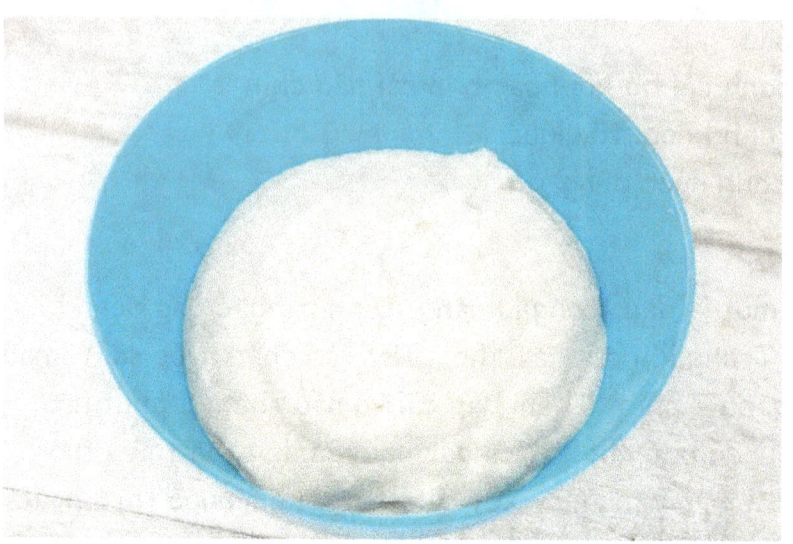

Khẩu phần: 6

Thành phần
- 1 ức gà không xương, không da (khoảng 100g)
- 1 quả chuối nhỏ, chín
- 100ml nước cốt dừa

Hướng

a) Làm nóng lò ở 180°C. Cắt ức gà làm đôi theo chiều dài và nhồi chuối. Đặt trong một món nướng nhỏ và trên cùng với nước cốt dừa.

b) Nướng ở nhiệt độ 180°C trong 40 phút hoặc cho đến khi gà chín kỹ.

c) Để nguội rồi cắt thành từng miếng và xay nhuyễn bằng máy xay cầm tay.

50. Thịt cừu với lúa mạch ngọc trai

Khẩu phần: 3-4

Thành phần
- 60g thịt cừu nạc băm nhỏ
- 50g lúa mạch ngọc trai
- 1 muỗng canh. nước sốt cà chua
- ½ tép tỏi
- 40g hành tây, cắt làm tư
- 80g cà rốt, cắt khúc

Hướng

a) Đun nóng dầu trong chảo, sau đó thêm rau xắt nhỏ và xào trong 5 phút trước khi thêm thịt cừu băm nhỏ. Chiên thêm 5 phút cho đến khi thịt cừu chín vàng, sau đó thêm lúa mạch trân châu và cà chua xay nhuyễn. Đậy nước, khuấy và đun nhỏ lửa trong 45 phút, thỉnh thoảng khuấy.

b) Khi nấu chín, để nguội một chút rồi xay nhuyễn đến độ đặc cần thiết bằng máy xay cầm tay.

51. Gà Apricot

Khẩu phần: 2-3

Thành phần
- 1 ức gà nhỏ, thái hạt lựu (khoảng 70g)
- 4 quả mơ khô
- 1 củ hẹ
- 1/2 thanh quế

Hướng

a) Băm nhỏ hẹ. Xào chung với quả mơ và thịt gà thái hạt lựu trong một chút dầu ô liu. Đậy bằng nước và thêm thanh quế. Đun nhỏ lửa trong 20 phút cho đến khi quả mơ mềm và nước sốt sánh lại. Bỏ quế.

b) Xay trong chảo bằng máy xay cầm tay cho đến khi thu được hỗn hợp sệt.

c) Ăn kèm với khoai tây nghiền.

52. Gà hầm mặn

Khẩu phần: 4-6

Thành phần
- 1 củ hành tây nhỏ
- 1 ức gà, bỏ da và thái hạt lựu (khoảng 100g)
- 1 muỗng tráng miệng dầu ô liu
- 1 củ cà rốt, gọt vỏ và thái hạt lựu
- 1 lá nguyệt quế
- 2 nấm, rửa sạch và thái lát mỏng
- 140ml nước
- 50g petites pois đông lạnh, rã đông

Hướng

a) Băm nhỏ hành tây, sau đó xào nhẹ với thịt gà cho đến khi gà chín đều các mặt. Thêm rau, lá nguyệt quế và nước. Đậy nắp và đun nhỏ lửa trong 1520 phút trước khi thêm đậu Hà Lan. Nấu thêm 5 phút nữa cho đến khi đậu Hà Lan ấm lên.

b) Lấy lá nguyệt quế ra và trộn thành hỗn hợp đặc thích hợp cho bé bằng máy xay cầm tay. Ăn kèm với khoai tây nghiền hoặc mì ống.

53. cá ngừ nhúng

Khẩu phần: 6

Thành phần
- 30g fromage thường sợ hãi
- 100g đóng hộp cá ngừ trong dầu hướng dương
- 2 quả cà chua khô
- 20g kem đặc
-

Hướng
a) Để ráo cá ngừ và trộn với fromage frais và cà chua khô xắt nhỏ bằng bộ xử lý tay.
b) Thêm crème fraîche và để lạnh trong một giờ trước khi ăn.
c) Ăn kèm với bánh mì nướng hoặc bánh gạo.

54. Puree gà và lê

Khẩu phần: 3-4

Thành phần

- 1 ức gà không da, thái hạt lựu
- 1 quả lê, lõi và thái hạt lựu
- 1 củ khoai lang vừa, gọt vỏ và thái hạt lựu
- 120g zucchini, thái nhỏ
- 500ml nước dùng rau hoặc gà ít muối

Hướng

a) Cho nước dùng vào chảo lớn và đun sôi. Thêm thịt gà, giảm nhiệt và đun nhỏ lửa trong 10 phút. Thêm khoai lang và lê và đun nhỏ lửa thêm 10 phút nữa.

b) Thêm bí xanh và nấu thêm 5 phút nữa, cho đến khi tất cả các nguyên liệu chín và mềm. Nghiền nhuyễn trong chảo bằng bộ xử lý cầm tay của bạn.

55. Thịt gà và bí đỏ nghiền

Khẩu phần: 6-8

Thành phần
- 200g bí đỏ nấu chín
- 100g gà nấu chín
- 125g gạo lứt nấu chín

Hướng

a) Cho tất cả nguyên liệu vào cốc thủy tinh với một ít nước hoặc sữa bình thường của bé và xay nhuyễn bằng máy xay cầm tay để có được hỗn hợp đặc phù hợp với bé

56. Gà với ngô ngọt và lê

Khẩu phần: 4-6

Thành phần
- 100g thịt gà
- 50g hành tây, cắt làm tư sau đó băm nhỏ
- 1 muỗng canh dầu ô liu
- 50g ngô ngọt
- 1 củ khoai tây vừa, gọt vỏ và thái nhỏ
- ½ quả lê nhỏ, gọt vỏ, bỏ lõi và thái nhỏ
- 225ml nước dùng gà hoặc rau ít muối

Hướng

a) Gà rửa sạch, sau đó thái miếng. Xào nhẹ hành tây cho đến khi mềm, sau đó thêm thịt gà và xào trong 10 phút cho đến khi chín.

b) Thêm rau và khoai tây, đổ nước dùng và đun nhỏ lửa trong 15 - 20 phút. Cuối cùng, trộn trong chảo với bộ xử lý cầm tay của bạn.

57. Bò hầm cà rốt

Khẩu phần: 8-10

Thành phần

- 250g bít tết hầm thịt bò, cắt khối
- 2 muỗng cà phê dầu ô liu
- 1 củ hẹ, xắt nhỏ
- 1 củ cà rốt gọt vỏ và cắt thành miếng 2 inch
- 2 củ khoai tây vừa, gọt vỏ và thái hạt lựu
- 250ml nước

Hướng

a) Đun nóng dầu trong chảo trên lửa vừa, sau đó cho thịt bò vào và chiên trong 2 3 phút cho đến khi có màu nâu đều. Thêm rau, khoai tây và nước, khuấy đều và đun sôi. Sau đó, giảm nhiệt, đậy nắp và đun nhỏ lửa trong khoảng một giờ hoặc cho đến khi thịt bò và rau củ mềm. Nghiền nhuyễn trong chảo bằng máy xay cầm tay cho đến khi bạn đạt được kết cấu cần
b) thiết cho bé.
c) Để có món hầm ngon cho gia đình, chỉ cần bỏ qua giai đoạn xay nhuyễn và phục vụ gia đình bạn với một củ khoai tây nướng hoặc những lát bánh mì tươi.

58. Gà nướng và rau hầm

Khẩu phần: 6-8

Thành phần
- 150g miếng nhỏ ức gà không da
- 100g thịt bí ngô, hình khối
- 100g khoai lang, cắt khối
- 2 muỗng canh đậu Hà Lan
- 2 muỗng canh ngô ngọt
- nước đun sôi để nguội

Hướng

a) Thái nhỏ thịt gà và để riêng. Hấp bí ngô, khoai lang, đậu Hà Lan và ngô. Xay thịt gà và rau bằng bộ xử lý cầm tay của bạn. Sử dụng nước đun sôi để nguội để làm loãng bột nhuyễn đến độ đặc mong muốn. Để nguội và phục vụ.

59. Bánh mì kẹp thịt gà tây và quả mơ

Làm cho. Xấp xỉ 300g

Thành phần

- 50g hành tây, bổ đôi và băm nhỏ
- 1 muỗng cà phê dầu ô liu
- 150g ức gà tây băm nhỏ
- 60g vụn bánh mì tươi
- 2 quả mơ xắt nhỏ
- 1/2 quả trứng đánh vừa
- 2 muỗng canh dầu hướng dương, để chiên

Hướng

a) Xào hành tây trong dầu ô liu trên lửa vừa cho đến khi mềm rồi để nguội, sau đó cho thịt gà tây băm và hành tây đã nấu chín vào một bát lớn, thêm các Thành phần còn lại và trộn kỹ bằng nĩa.

b) Sử dụng hai thìa tráng miệng, tạo hình thô một miếng hỗn hợp và nhẹ nhàng thả vào chảo nóng, ấn nhẹ để làm phẳng bánh mì kẹp thịt.

c) Nấu cho đến khi có màu nâu đều ở mỗi bên và để yên trong 23 phút trước khi ăn.

60. couscous gà ngon

Khẩu phần: 4

Thành phần
- 100g hạt bí
- 20g bơ
- 50g tỏi tây cắt khúc và thái nhỏ
- 50g ức gà, bỏ da và thái hạt lựu
- 25g cà rốt, gọt vỏ và thái hạt lựu
- 200ml nước dùng gà không muối

Hướng

a) Đun chảy bơ trong chảo sau đó thêm tỏi tây và làm mềm. Tiếp theo, thêm thịt gà và chiên cho đến khi chín.

b) Trong khi luộc gà, luộc cà rốt cho đến khi mềm (khoảng 10 phút). Đổ nước sôi vào khối nước dùng của bạn, sau đó thêm couscous vào chảo và tắt bếp trong 3 đến 4 phút. Xào bằng nĩa và thêm thịt gà và cà rốt.

c) Để có độ đặc mịn hơn, hãy xay nhuyễn bằng bộ xử lý cầm tay của bạn.

61. Thịt viên trẻ em sốt

Làm cho khoảng. 25-30 viên thịt

Thành phần
Thịt viên:
- 250g thịt heo nạc xay
- 50g hành tây, cắt làm tư và băm nhỏ
- 60g nấm mỡ, thái nhỏ
- 100g vụn bánh mì và 2 lòng đỏ trứng gà
- 1 muỗng canh dầu thực vật

Nước sốt cà chua:
- 250g cà chua tươi, gọt vỏ, bỏ hạt và thái nhỏ
- 150ml nước hoặc nước dùng rau và nửa củ hành tây nhỏ, thái nhỏ và 1 muỗng canh cà chua xay nhuyễn
- 1 muỗng canh các loại thảo mộc tươi thái nhỏ như húng quế, rau mùi tây hoặc cỏ xạ hương

Hướng

a) Làm nóng lò ở 180°C. Cắt nhỏ các Nguyên liệu, trộn với nhau và chia hỗn hợp thành khoảng 25 viên nên để trong tủ lạnh trong khi bạn làm nước sốt. Để làm nước sốt, cho tất cả các nguyên liệu vào chảo và đun sôi, sau đó đun nhỏ lửa trong khoảng 20 phút ở nhiệt độ thấp.

b) Sau khi để nguội, trộn trong chảo bằng bộ xử lý cầm tay. Chiên trong chảo ngập dầu khoảng 10 phút

SÚP

62. Súp gà

Thành phần

- 1 chén ức gà xắt nhỏ, chưa nấu chín
- ¼ chén hành tây xắt nhỏ
- ¼ chén cà rốt xắt nhỏ
- ½ chén bí xanh xắt nhỏ
- 4 cốc nước

Hướng

a) Kết hợp các thành phần trong nồi và đun sôi
b) Giảm nhiệt, đậy nắp và đun nhỏ lửa trong 3045 phút hoặc cho đến khi thịt gà chín kỹ và cà rốt mềm
c) để nguội
d) Lọc vào bộ xử lý thực phẩm hoặc máy xay sinh tố và xay nhuyễn, thêm nước dùng cho đến khi đạt được độ đặc mong muốn

63. súp thịt bò và rau củ

Thành phần
- 1 chén thịt bò băm nhỏ
- 1 củ khoai tây gọt vỏ và xắt nhỏ
- ½ chén cà rốt xắt nhỏ
- ¼ chén hành tây xắt nhỏ
- 5 cốc nước

Hướng

a) Cho tất cả nguyên liệu vào nồi và đun sôi

b) Giảm nhiệt, đậy nắp và đun nhỏ lửa trong 3045 phút hoặc cho đến khi thịt bò chín kỹ và rau củ mềm

c) để nguội

d) Cho thịt và rau vào máy xay thực phẩm hoặc máy xay sinh tố và xay nhuyễn, thêm nước dùng cho đến khi đạt được độ đặc mong muốn

64. Súp bí ngô

Thành phần

- 1 chén bí ngô nghiền
- 2 chén nước dùng gà ít natri
- $\frac{1}{4}$ muỗng cà phê tiêu đen
- $\frac{1}{4}$ muỗng cà phê gừng
- 1 tép tỏi, băm nhỏ

Hướng

a) Kết hợp các thành phần trong nồi và đun sôi
b) Giảm nhiệt, đậy nắp và đun nhỏ lửa trong 15 phút, khuấy thường xuyên

65. Súp đậu nghiền

Thành phần
- 1 chén thịt bí đao hấp
- ¼ chén cà rốt hấp
- 1/2 chén rau bina đông lạnh
- ½ chén đậu Hà Lan đông lạnh
- 2 chén nước dùng gà ít natri

Hướng
a) Trong một cái chảo, đun sôi tất cả các thành phần
b) Giảm nhiệt ngay lập tức
c) Đậy nắp và đun nhỏ lửa 1015 phút, thỉnh thoảng khuấy
d) để nguội
e) Thêm nội dung của chảo vào bộ xử lý thực phẩm hoặc máy xay sinh tố và xay nhuyễn

66. Súp trứng đánh

Thành phần
- 2 chén nước dùng gà ít natri
- 2 lòng đỏ trứng
- súp lơ thái hạt lựu

Hướng
a) Cho nước luộc gà, súp lơ và gia vị vào nồi đun sôi
b) Giảm nhiệt, đậy nắp và đun nhỏ lửa trong 1520 phút hoặc cho đến khi súp lơ mềm
c) Trong khi vẫn còn sôi, khuấy lòng đỏ trứng bằng máy đánh trứng
d) Tiếp tục đánh cho đến khi lòng đỏ trứng đặc lại
e) để nguội
f) Cho vào máy xay thực phẩm và xay nhuyễn

67. súp măng tây

Khẩu phần: 4

Thành phần
- 2 muỗng canh dầu ô liu
- 1 củ khoai tây vừa, gọt vỏ và thái hạt lựu
- 500ml nước dùng rau củ không muối
- 50g hành tây, cắt làm tư và
- 450g măng tây

Hướng

a) Cắt măng tây thành từng khúc, loại bỏ bất kỳ phần xơ và phần cứng nào của thân cây.

b) Tiếp theo, làm mềm hành tây trong dầu ô liu trong chảo trên lửa vừa, sau đó thêm khoai tây, măng tây và kho.

c) Đậy nắp và đun nhỏ lửa trong 20 phút. Cuối cùng, trộn súp bằng máy xay cầm tay trong chảo cho đến khi mịn và dùng với những miếng bánh mì nướng.

68. Baby borscht (súp củ dền)

Khẩu phần: 3-4

Thành phần

- 3 củ cải vừa, xắt nhỏ
- 1 củ khoai tây vừa, xắt nhỏ
- 1 củ hành tây nhỏ, xắt nhỏ
- 450ml nước dùng ít muối
- 50g sữa chua tự nhiên

Hướng

a) Gọt vỏ tất cả các loại rau và cho vào nồi kho.
b) Đun sôi, sau đó đậy nắp và đun nhỏ lửa trong 30 phút, cho đến khi rau mềm. Để nguội, sau đó trộn thành hỗn hợp nhuyễn trong chảo bằng máy xay cầm tay.
c) Khuấy sữa chua tự nhiên, sau đó phục vụ.

69. Súp táo và khoai lang

Khẩu phần: 4

Thành phần
- 2 muỗng cà phê bơ
- 2 muỗng cà phê bột mì
- 180ml nước dùng gà ít muối
- 2 muỗng cà phê táo nấu chín
- 200g khoai lang luộc
- 50ml sữa

Hướng
a) Đun chảy bơ trong chảo và khuấy đều bột mì. Đun nóng và khuấy đều cho đến khi hỗn hợp chuyển sang màu vàng vàng. Cho từ từ nước dùng vào, vừa khuấy vừa cho táo và khoai lang đã nấu chín vào.
b) Đun sôi, sau đó giảm nhiệt và đun nhỏ lửa trong 5 phút.
c) Tiếp theo, xay nhuyễn hỗn hợp trong chảo bằng máy xay cầm tay của bạn sau đó thêm sữa, làm ấm nhẹ và dùng.

70. Súp rau củ và đậu xanh

Khẩu phần: 10

Thành phần
- 2 muỗng canh dầu
- 2 củ hành tây, xắt nhỏ
- 2 củ cà rốt, xắt nhỏ
- 2 que cần tây, xắt nhỏ
- 250g đậu xanh đóng hộp
- 2 x 400g lon cà chua xắt nhỏ
- 1 muỗng canh nước ép cà chua
- 1 muỗng cà phê đường nâu mềm
- 600ml nước
- 1 bó hoa garni
- hạt tiêu vừa mới nghiền

Hướng
a) Đun nóng dầu trong chảo lớn, thêm hành tây và xào cho đến khi mềm. Khuấy rau và cà chua với nước ép của chúng.

b) Cho các nguyên liệu còn lại vào, nêm tiêu cho vừa ăn. Đun sôi, đậy nắp và đun nhỏ lửa trong 40 phút cho đến khi rau mềm. Để nguội một chút, loại bỏ garni bó hoa, sau đó trộn trong chảo bằng bộ xử lý cầm tay của bạn.

c) Ăn kèm với bánh mì nướng bơ hoặc bánh gạo.

71. Minestrone đơn giản

Khẩu phần: 6

Thành phần
- 50g hành tây, cắt làm tư và mịn
- 120g cà rốt, cắt khúc
- 50g tỏi tây, cắt khúc
- 2 củ khoai tây vừa, gọt vỏ và thái hạt lựu
- 200g cà chua xắt nhỏ
- 1000ml nước dùng rau củ không ướp muối
- 2 muỗng cà phê bột cà chua
- 75g petites pois đông lạnh
- 50g mì ống (tốt nhất là hình dạng)
- 2 muỗng canh phô mai Parmesan nạo

Hướng
a) Xào hành tây, cà rốt và tỏi tây rồi nấu cho đến khi mềm (khoảng 5 phút), sau đó cho khoai tây vào nấu thêm 2 phút nữa.
b) Thêm cà chua, nước dùng và nước sốt cà chua và đun sôi, sau đó đun nhỏ lửa trong 1520 phút. Tiếp theo, thêm đậu Hà Lan và hình dạng mì ống và nấu thêm 5 phút nữa. Nghiền bằng bộ xử lý cầm tay của bạn.
c) Phục vụ với pho mát.

PURÉE

72. Rau bina và khoai tây nghiền

Khẩu phần: 6

Thành phần
- 1 muỗng canh dầu thực vật
- 40g tỏi tây, cắt thành khúc và băm nhỏ
- 1 củ khoai tây, gọt vỏ và cắt khối
- 175ml nước
- 60g rau mồng tơi, rửa sạch, bỏ cuống

Hướng

a) Chiên tỏi tây trong dầu thực vật cho đến khi mềm. Trong khi tỏi tây đang nấu, cắt khoai tây thành từng miếng, sau đó thêm tỏi tây đã làm mềm.

b) Đổ nước vào, sau đó đun sôi, đậy nắp và đun nhỏ lửa trong 6 phút.

c) Thêm rau bina và nấu trong 3 phút. Để hỗn hợp nguội rồi xay nhuyễn bằng máy xay cầm tay trong chảo.

73. Zucchini và khoai tây nghiền

Khẩu phần: 8

Thành phần
- ½ tỏi tây nhỏ, xắt nhỏ
- 15g bơ
- 250g khoai tây, gọt vỏ và thái hạt lựu
- 200ml nước dùng gà hoặc rau ít muối
- 1 bí xanh vừa, xắt nhỏ

Hướng

a) Chiên tỏi tây trong bơ cho đến khi mềm, sau đó thêm các miếng khoai tây và nấu thêm ba phút nữa. Đậy nắp bằng nước dùng, đun sôi và đậy nắp đun thêm 5 phút nữa.

b) Tiếp theo, thêm zucchini xắt nhỏ và đun nhỏ lửa trong 10 – 15 phút cho đến khi tất cả các loại rau đều mềm. Trộn trong chảo bằng bộ xử lý cầm tay của bạn.

74. Nước ép cà rốt và khoai tây

Khẩu phần: 4

Thành phần
- 2 củ khoai tây vừa, gọt vỏ và thái nhỏ
- 2 củ cà rốt vừa, gọt vỏ và thái nhỏ
- 1 muỗng cà phê bơ không ướp muối

Hướng

a) Luộc các miếng cà rốt và khoai tây cho đến khi mềm trong 15 phút, sau đó để ráo nước, để nguội và nghiền kỹ.

b) Khuấy bơ. Pha trộn để có kết cấu nhất quán bằng bộ xử lý cầm tay của bạn.

75. Nước ép cà rốt và rau mùi tây

Khẩu phần: 6

Thành phần
- 200g cà rốt, gọt vỏ và thái hạt lựu
- 200g rau mùi tây, gọt vỏ và thái hạt lựu

Hướng

a) Hấp rau cho đến khi mềm.

b) Xay nhuyễn bằng máy xay cầm tay và điều chỉnh kết cấu bằng nước đun sôi để nguội hoặc sữa em bé thường dùng.

76. Nước ép lê và khoai lang

Khẩu phần: 4

Thành phần
- 1 củ khoai lang vừa, chà sạch và giảm một nửa
- 1 quả lê ngọt, gọt vỏ, bỏ lõi và cắt thành 8 miếng

Hướng

a) Nướng khoai lang trong lò đã làm nóng trước ở nhiệt độ 180 độ C trong 40 phút cho đến khi mềm.

b) Để nguội, bóc vỏ và loại bỏ. Luộc miếng lê trong 5 phút trong chảo với một ít nước sôi.

c) Xả và làm mát. Cắt khoai tây thành từng miếng và nghiền thành một hỗn hợp mịn trong chảo bằng bộ xử lý cầm tay.

d) Lấy ra và đặt sang một bên, sau đó lặp lại quy trình với quả lê. Phục vụ khoai tây nghiền với lê xoáy trên đầu trang.

77. Puree chuối đào nhanh

Khẩu phần: 4

Thành phần
- 1 quả chuối chín nhỏ
- 1 quả đào lớn, rất chín, bỏ vỏ và cắt thành từng miếng

Hướng

a) Gọt vỏ chuối và cắt thành từng miếng nhỏ. Đặt chuối và đào vào cốc và thêm một lượng nhỏ nước hoặc nước ép đào.

b) Trộn với bộ xử lý tay cho đến khi mịn.

78. Puree khoai lang và bơ

Khẩu phần: 8

Thành phần
- 200g khoai lang, thái hạt lựu
- ½ quả bơ chín
- Sữa mẹ hoặc sữa công thức để pha loãng
-

Hướng

a) Hấp khoai lang cho đến khi mềm, sau đó để nguội. Thêm bơ vào khoai lang và trộn cho đến khi mịn và kem bằng máy xay cầm tay của bạn.

b) Pha loãng đến độ đặc thích hợp cho bé với một ít sữa mẹ hoặc sữa công thức.

79. Cà tím nghiền

Khẩu phần: 8

Thành phần
- 1 quả cà tím nhỏ
- 1 muỗng canh dầu hướng dương hoặc dầu ô liu
- 1 muỗng canh nước ép cà chua

Hướng

a) Nướng cà tím trong lò đã làm nóng trước ở nhiệt độ 180°C trong 50 phút, sau đó lấy ra khỏi lò, để nguội, bổ đôi và nạo lấy thịt.

b) Cho thịt cà tím vào cốc cùng với dầu và cà chua xay nhuyễn rồi trộn bằng máy xay cầm tay để tạo thành hỗn hợp sánh mịn.

80. Nước ép dưa chuột và thảo mộc

Khẩu phần: 10

Thành phần
- ½ quả dưa chuột
- 200g sữa chua Hy Lạp nguyên kem
- nhúm bất kỳ loại thảo mộc tươi nào bạn chọn

Hướng
a) Gọt vỏ dưa chuột và cắt làm đôi theo chiều dài của nó, sau đó loại bỏ hạt và thái nhỏ dưa chuột.
b) Bóp dưa chuột đã bào để loại bỏ chất lỏng, sau đó trộn với sữa chua và các loại thảo mộc bằng máy xay cầm tay của bạn.

81. Nước ép cà rốt và táo

Khẩu phần: 10

Thành phần
- 1 củ cà rốt lớn, gọt vỏ và thái nhỏ
- 1 củ khoai tây, gọt vỏ và xắt nhỏ
- 1 quả táo, gọt vỏ, bỏ lõi và thái nhỏ
- nước rau hoặc nước ít muối

Hướng

a) Đặt các miếng cà rốt, khoai tây và táo vào nồi và đậy bằng nước hoặc nước.

b) Đun sôi, sau đó đun nhỏ lửa trong khoảng 10 phút cho đến khi mềm. Để ráo nước, sau đó trộn thành một hỗn hợp mịn.

82. Nước ép cà rốt và quả mơ

Khẩu phần: 4-6

Thành phần
- 1 củ cà rốt lớn, gọt vỏ và cắt thành khối
- 4 quả mơ, bóc vỏ (hoặc dùng quả mơ khô)

Hướng

a) Cho cà rốt vào nồi nước sôi, giảm nhiệt và đun trong 10 phút cho đến khi mềm. Để ráo nước và thêm quả mơ xắt nhỏ vào chảo.

b) Nghiền nhuyễn trong chảo bằng bộ xử lý cầm tay của bạn.

83. Nước ép rau củ

Khẩu phần: 10

Thành phần
- 1 củ khoai tây vừa, gọt vỏ và thái nhỏ
- 1 củ cà rốt vừa, gọt vỏ và thái lát
- 1 củ cải vừa, bóc vỏ và thái lát
- nước rau hoặc nước ít muối

Hướng

a) Đặt rau vào chảo và đổ nước vừa đủ ngập.

b) Đun nhỏ lửa cho đến khi rau mềm (khoảng 15 phút). Purée sử dụng bộ xử lý cầm tay của bạn.

84. Bột nhuyễn dưa đỏ và xoài cho bé

Khẩu phần: 12

Thành phần
- 1 quả xoài chín, gọt vỏ, bỏ đá và thái hạt lựu
- 1 lát dưa đỏ cỡ vừa, gọt vỏ và thái nhỏ
- 1/2 quả chuối chín, bóc vỏ và thái hạt lựu

Hướng

a) Cho tất cả các nguyên liệu vào cốc thủy tinh của bạn và trộn bằng máy xay cầm tay cho đến khi mị n.

85. Nước ép cà rốt và xoài

Khẩu phần: 5

Thành phần

- 1 củ cà rốt vừa, gọt vỏ và thái nhỏ
- $\frac{1}{2}$ quả xoài, bỏ vỏ và thái nhỏ

Hướng

a) Cho cà rốt xắt nhỏ vào nồi nước sôi, giảm nhiệt và đun trong 10 phút cho đến khi cà rốt mềm.

b) Để ráo nước, để nguội rồi cho xoài đã cắt nhỏ vào chảo và xay nhuyễn bằng máy xay cầm tay cho đến khi mịn.

86. Bột khoai tây và khoai lang

Khẩu phần: 10

Thành phần
- 250g củ cải, gọt vỏ và cắt nhỏ
- 250g khoai lang, gọt vỏ và xắt nhỏ

Hướng

a) Cho củ cải và khoai lang đã cắt nhỏ vào hấp trong 1520 phút.

b) Để nguội, thêm một ít nước hoặc sữa bình thường của bé rồi xay nhuyễn bằng máy xay cầm tay.

87. khoai lang, cải bó xôi và đậu xanh

Khẩu phần: 10

Thành phần
- 25g bơ lạt
- 50g tỏi tây, rửa sạch và thái nhỏ
- 200g khoai lang
- 50g đậu xanh đông lạnh
- 50g rau bina tươi hoặc đông lạnh (rửa sạch nếu tươi)

Hướng
a) Đun chảy bơ trong chảo và chiên tỏi tây cho đến khi mềm, sau đó thêm khoai lang. Thêm 250ml nước và đun sôi.

b) Tiếp theo, đậy nắp chảo và đun nhỏ lửa trong 10 phút cho đến khi khoai lang mềm. Thêm rau bina và đậu, sau đó tắt bếp và xay nhuyễn bằng máy xay cầm tay cho đến khi mịn.

88. Nước sốt cá trắng

Khẩu phần: 10

Thành phần
- 20g bơ lạt
- 50g hành tây thái nhỏ
- 1 củ cà rốt vừa, gọt vỏ và thái lát
- 240ml nước sôi
- 100g cá trắng, lột da và phi lê – đảm bảo đã loại bỏ hết xương!
- 120ml sữa
- 1 lá nguyệt quế

Hướng

a) Đầu tiên, cho hành tây vào chảo với 20g bơ và chiên cho đến khi mềm. Sau đó thêm cà rốt, đậy nắp bằng nước và đun nhỏ lửa trong 10 – 15 phút. Tiếp theo, đặt cá vào chảo với sữa và lá nguyệt quế.

b) Đun nhỏ lửa trong khoảng 5 phút cho đến khi cá chín, sau đó vớt lá nguyệt quế ra, vẩy cá và cho tất cả các nguyên liệu (trừ lá nguyệt quế) vào cốc và trộn bằng máy xay cầm tay để đạt được độ đặc mong muốn cho bé.

89. Puree chuối và bơ

Khẩu phần: 6-8

Thành phần

- 1 quả chuối chín, bóc vỏ
- 1 quả bơ chín, rỗ và bóc vỏ
- 1 muỗng cà phê sữa chua nguyên chất hoặc crème fraiche

Hướng

a) Nghiền nhuyễn chuối và bơ với nhau trong một cái bát trước khi thêm một thìa sữa chua hoặc crème fraiche và trộn thành một hỗn hợp mịn bằng máy xay cầm tay của bạn.

b) Đối với trẻ nhỏ hơn, bạn có thể thay thế crème fraiche bằng sữa mẹ hoặc sữa công thức để pha loãng.

90. Xay xoài và việt quất

Khẩu phần: 4

Thành phần
- 30g việt quất
- $\frac{1}{2}$ quả xoài chín nhỏ

Hướng
a) Gọt vỏ xoài và cắt thịt.
b) Cho quả việt quất vào cốc thủy tinh và trộn đều bằng máy xay cầm tay.

91. Khoai lang và dưa nghiền

Khẩu phần: 10

Thành phần
- 200g khoai lang nấu chín, thái hạt lựu
- 200g dưa đỏ, thái hạt lựu
- 50g sữa chua tự nhiên

Hướng

a) Cho dưa và khoai lang đã nấu chín vào cốc thủy tinh và trộn bằng máy xay cầm tay của bạn để có được hỗn hợp sánh mịn.

b) Thêm sữa chua và trộn thêm 10 - 20 giây nữa. Làm lạnh sau đó phục vụ mát mẻ.

92. Kem bí đỏ bơ

Khẩu phần: 2-3

Thành phần
- 200g bí butternut, xắt nhỏ
- 1 muỗng canh sữa chua nguyên chất béo

Hướng
a) Hấp bí đỏ đã cắt nhỏ trong 15 phút, sau đó để nguội và cho tất cả các nguyên liệu vào cốc thủy tinh và trộn bằng máy xay cầm tay của bạn để tạo thành hỗn hợp nhuyễn.

93. Súp lơ và khoai lang nghiền

Khẩu phần: 4

Thành phần
- 1 củ khoai lang nhỏ, gọt vỏ và thái nhỏ
- 3 hoặc 4 bông súp lơ lớn, xắt nhỏ
- sữa mẹ hoặc sữa công thức để pha loãng

Hướng

a) Hấp khoai tây và súp lơ cho đến khi mềm (10 – 15 phút), sau đó cho vào cốc thủy tinh, thêm phô mai và trộn thành một hỗn hợp mịn bằng máy xay cầm tay.

b) Pha loãng với một ít sữa mẹ hoặc sữa công thức để có độ đặc phù hợp cho bé.

94. Thịt gà tây và khoai tây nghiền còn sót lại

Khẩu phần: 4

Thành phần
- 100g gà tây còn sót lại, nấu chín và thái hạt lựu
- 200g khoai tây nấu chín còn sót lại
- nước chế biến

Hướng
a) Cho một nửa con gà tây và khoai tây vào cốc thủy tinh và thêm nước nếu cần để chế biến.
b) Xử lý bằng bộ xử lý cầm tay của bạn cho đến khi thu được hỗn hợp nhuyễn mịn.
c) Lặp lại quá trình này cho phần còn lại của gà tây và khoai tây.

95. Cá tuyết và gạo xay nhuyễn

Khẩu phần: 3-4

Thành phần
- 50g gạo
- 100ml nước
- 40g phi lê cá tuyết, lột da và lọc xương
- vài nhánh mùi tây

Hướng

a) Cho gạo và nước vào chảo, khuấy một lần và đun nhỏ lửa trong 10 phút.
b) Thêm cá và nấu thêm 10 phút nữa, thêm nước nếu cần. Cuối cùng thêm mùi tây và nấu trong 2 phút.
c) Trộn trong chảo bằng bộ xử lý cầm tay của bạn.

96. Bột đậu lăng đỏ

Khẩu phần: 3-4

Thành phần
- 125g đậu đỏ
- 25g hành tây, xắt nhỏ
- 1 muỗng canh dầu
- 25g cà rốt, thái nhỏ
- 500ml nước

Hướng

a) Rửa và để ráo đậu lăng thật kỹ. Ngâm qua đêm (nếu Hướng dẫn trên gói cho biết điều này là bắt buộc). Xào hành tây trong dầu trong 4-6 phút cho đến khi mềm. Thêm cà rốt và tiếp tục nấu thêm 4-5 phút nữa.

b) Thêm đậu lăng ráo nước và nước. Đun sôi, sau đó đun nhỏ lửa trong 45 phút hoặc cho đến khi đậu lăng mềm. Để ráo hỗn hợp

c) và xay nhuyễn trong chảo bằng bộ xử lý cầm tay của bạn.

d) Món ăn này có thể làm một loại dhal cay để ăn kèm với cà ri. Để làm điều này, hãy chia hỗn hợp đậu lăng đã luộc làm đôi, để dành một phần làm nhuyễn cho bé, phần còn lại cho vào chảo với một ít bột cà ri hoặc bột nhão xào, khuấy đều và cho bé ăn.

97. Bột đậu xanh bạc hà

Khẩu phần: 3-4

Thành phần
- 200g đậu Hà Lan tươi hoặc đông lạnh
- 150ml nước
- Một ít bạc hà tươi

Hướng
a) Thêm đậu Hà Lan vào nước trong chảo. Đun sôi và đun nhỏ lửa.
b) Thêm một lượng nhỏ bạc hà tươi và khi nấu chín, kiểm tra độ mềm và trộn đến độ đặc mong muốn bằng máy xay cầm tay, thêm sữa bò nguyên kem nếu cần.

98. Khoai lang trắng nghiền

Khẩu phần: 6

Thành phần
- 200g khoai tây, gọt vỏ và thái hạt lựu
- 200g khoai lang, gọt vỏ và thái hạt lựu
- 25g bơ
- 50ml sữa (sữa bò, sữa mẹ hoặc sữa công thức tùy giai đoạn ăn)
- 30g phô mai bào

Hướng
a) Cho khoai tây và khoai lang vào nồi nước sôi, giảm nhiệt và đun trong 1520 phút cho đến khi mềm.
b) Để ráo nước sau đó thêm bơ, sữa và pho mát, và trộn thành một hỗn hợp đặc sệt bằng máy xay cầm tay của bạn.

99. Bí đao và lê nghiền

Khẩu phần: 6

Thành phần
- 200g bí đỏ nấu chín
- 100g mơ khô (ngâm nước 30 phút)
- 75g nho khô (ngâm nước táo 30 phút)
- 1 quả lê rất chín, gọt vỏ, bỏ lõi và thái nhỏ

Hướng
a) Xay nhuyễn tất cả các thành phần bằng máy xay cầm tay của bạn để có kết cấu đặc.

100. 'Popeye' purée

Khẩu phần: 6-8

Thành phần
- 125g khoai lang, gọt vỏ và thái hạt lựu nhỏ
- 125g cà rốt mềm, xắt nhỏ
- 125g đậu xanh, bỏ hạt
- 125g cải bó xôi
- 125g đậu Hà Lan đông lạnh

Hướng

a) Cho khoai lang và cà rốt vào nồi hấp, hấp trong 8 phút. Thêm các Thành phần còn lại và đun nóng thêm 6 phút nữa.

b) Lấy ra khỏi nồi hấp, sau đó xay nhuyễn thành hỗn hợp thô bằng máy xay cầm tay. Phục vụ nguội.

KẾT LUẬN

Khi trẻ lớn hơn, chúng cần thức ăn đặc để có đủ chất dinh dưỡng cho sự tăng trưởng và phát triển. Những chất dinh dưỡng thiết yếu này bao gồm sắt, kẽm và những chất khác.

Trong 6 tháng đầu đời, bé sử dụng lượng sắt dự trữ trong cơ thể từ khi còn trong bụng mẹ. Chúng cũng nhận được một số chất sắt từ sữa mẹ và/hoặc sữa công thức dành cho trẻ sơ sinh. Nhưng lượng sắt dự trữ của trẻ giảm dần khi chúng lớn lên. Khoảng 6 tháng tuổi, bé cần bắt đầu ăn dặm.

Cho trẻ ăn dặm cũng rất quan trọng để giúp trẻ tập ăn, cho trẻ trải nghiệm về mùi vị và kết cấu mới từ nhiều loại thực phẩm. Nó phát triển răng và hàm của trẻ, đồng thời xây dựng các kỹ năng khác mà trẻ sẽ cần sau này để phát triển ngôn ngữ.

www.ingramcontent.com/pod-product-compliance
Lightning Source LLC
Chambersburg PA
CBHW070415120526
44590CB00014B/1408